This book belongs to

English - gujarati

pretty  સુંદર	bite  કરડવાથી
baker  બેકર	piano  પિયાનો
glue  ગુંદર	cry  રડવું

toy	artist
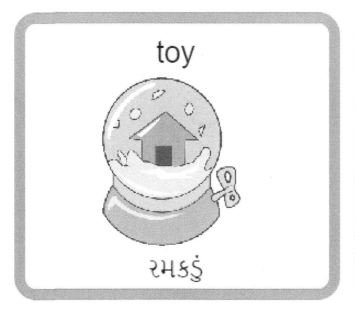	
રમકડું	કલાકાર

beg	moon

વિનંતી	ચંદ્ર

chin	fitness

ચિન	માવજત

cup  કપ	dolphin  ડોલ્ફીન
wig  વાગ	suitcase 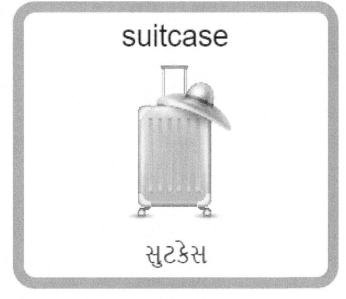 સુટકેસ
nurse  નર્સ	wiping  સાફ કરવું

gun 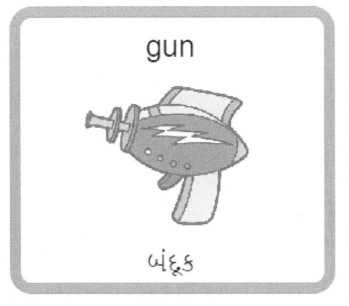 બંદૂક	pin 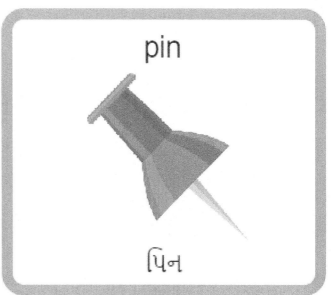 પિન
paintbrush 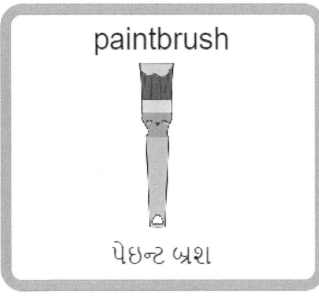 પેઇન્ટ બ્રશ	ant 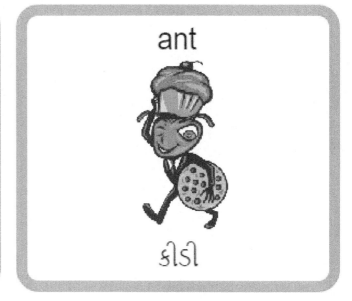 કીડી
evil  દુષ્ટ	ink  શાહી

desk	brick

ડેસ્ક	ઈંટ

watermelon	pear
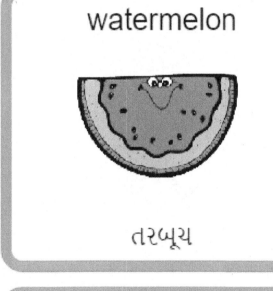	
તરબૂચ	નાશપતીનો

mirror	peg
	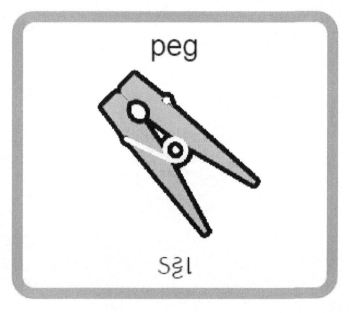
અરીસા	ડટ્ટા

calculator 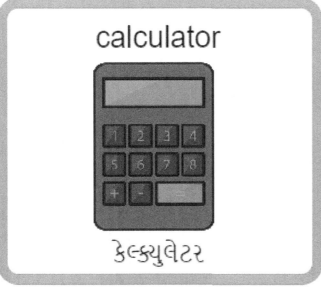 કેલ્ક્યુલેટર	museum 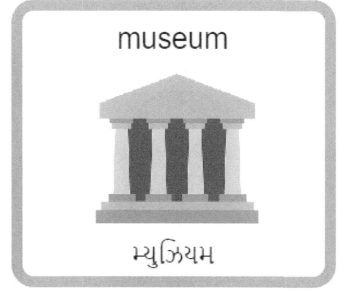 મ્યુઝિયમ
bottle 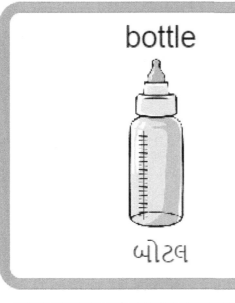 બોટલ	cot  કોટ
kitchen  રસોડામાં	big  મોટું

slicing  સ્લાઇસ	box  બોક્સ
basketball 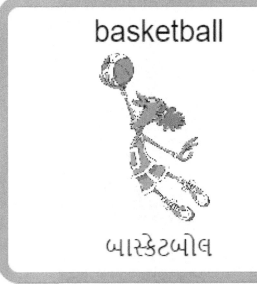 બાસ્કેટબોલ	arm  હાથ
man  માણસ	lotus 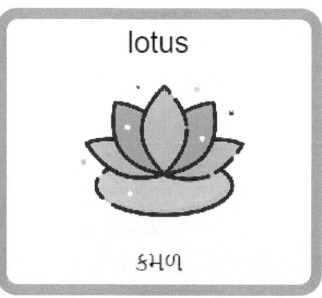 કમળ

flower	lizard
 ફૂલ	 ગરોળી
meet	mask
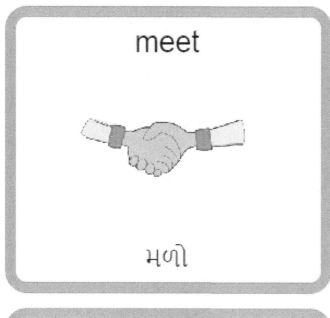 મળો	 મહોરું
bored	ground
 કંટાળો	 જમીન

oven  ઓવન	bike  બાઇક
pot  પોટ	kitten  બિલાડી
juice  રસ	sandwich  સેન્ડવિચ

briefcase	radio

બ્રીફકેસ	રેડિયો

riding	cowboy

સવારી	કાઉબોય

sick	eight

બીમાર	આઠ

fresh  તાજા	unicorn  યુનિકોર્ન
reading  વાંચન	bathtub  બાથટબ
soil  જમીન	picture 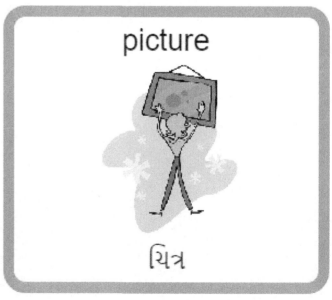 ચિત્ર

tree  વૃક્ષ	jump  કૂદી
koala  કોઆલા	farm  ફાર્મ
ball 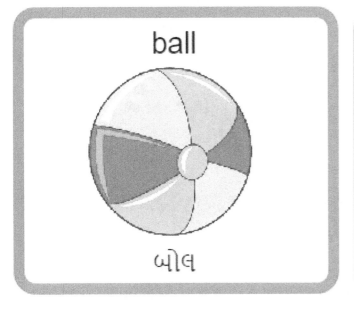 બોલ	shovel 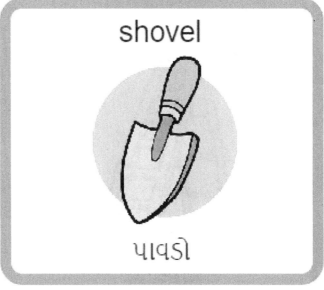 પાવડો

writing  લેખન	helmet  હેલ્મેટ
unhappy  નાખુશ	egg 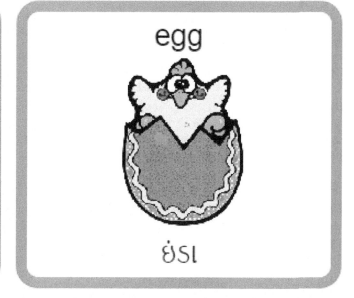 ઇંડા
ladder  સીડી	soccer  સોકર

alligator	peach

મગર	આલૂ
fin	face

ફાઇન	ચહેરાઓ
pie	raspberry
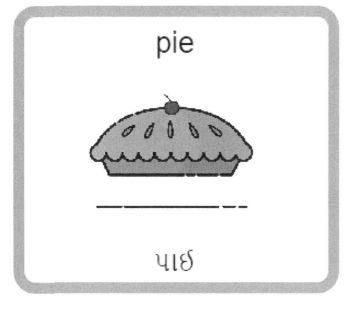	
પાઇ	રાસ્પબરી

telescope 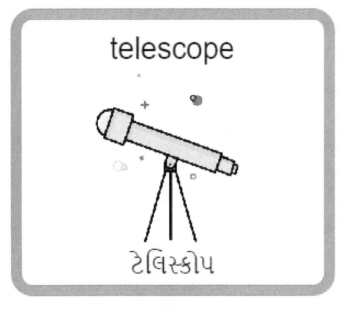 ટેલિસ્કોપ	yarn  યાર્ન
peas 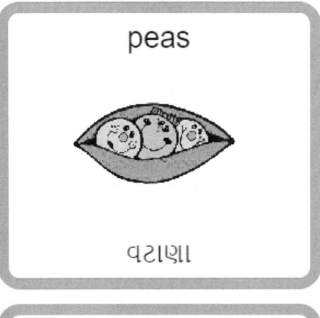 વટાણા	hello  હેલ્લો
elbow  કોણી	church 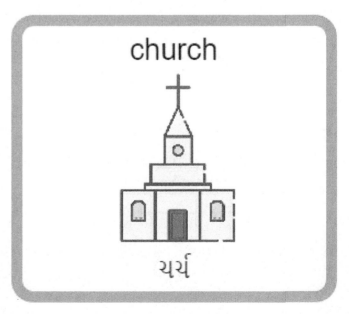 ચર્ચ

fire	ax
	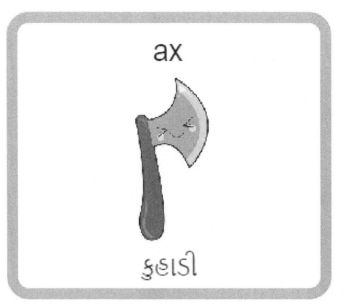
અગ્નિ	કુહાડી

shoulder	swimming

ખભા	તરવું

jam	rain

જામ	વરસાદ

presents	dice

ભેટો	ડાઇસ

nine	kite

નવ	પતંગ

stop	mom

બંધ	મમ્મી

climbing 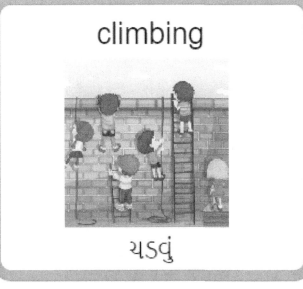 ચડવું	fly  ફ્લાય્સ
pigeon  કબૂતર	jogging  જોગિંગ
couch 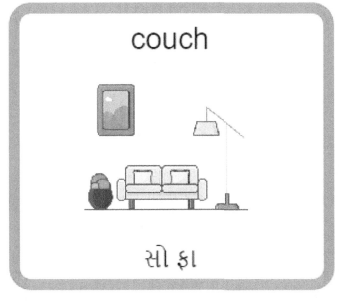 સોફા	hand 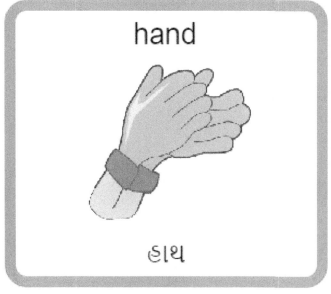 હાથ

butterfly

બટરફ્લાય

racket

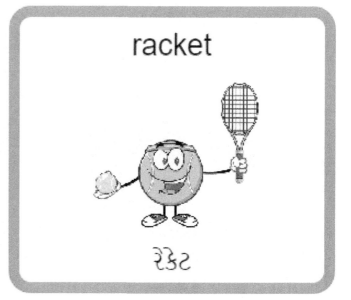

રૈકેટ

yak

યાક

news

સમાચાર

puppy

કુરકુરિયું

candy

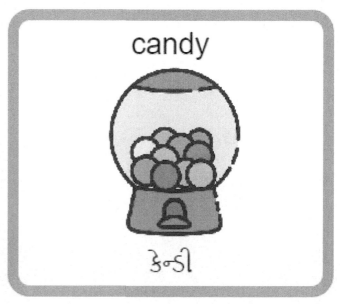

કેન્ડી

pudding  પુડિંગ	delivery  ડિલિવરી
porcupine  લાકડું	decrease 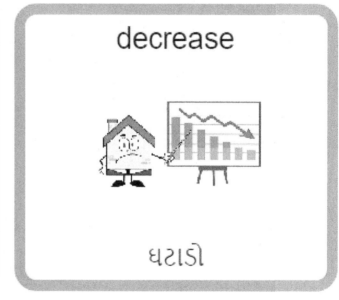 ઘટાડો
sun 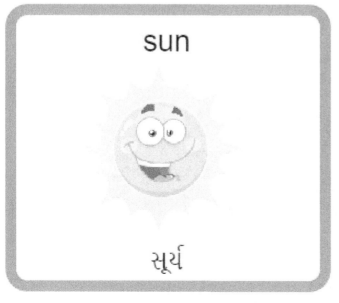 સૂર્ય	eyes 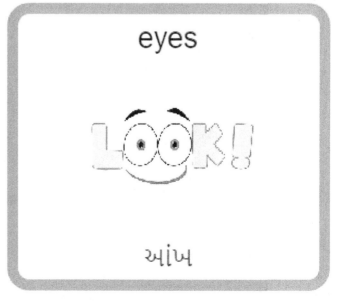 આંખ

friendly  મૈત્રીપૂર્ણ	**knitting**  ગૂંથવું
sack 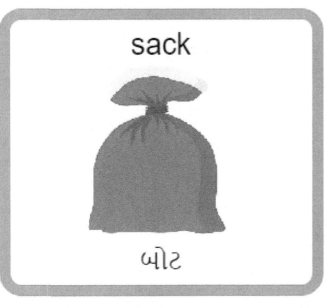 બોટ	**basket** 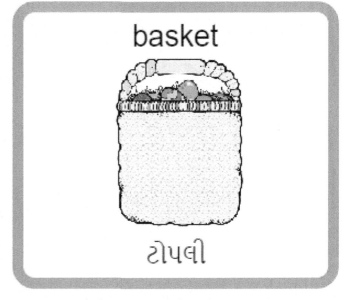 ટોપલી
politician  રાજકારણી	**garden**  બગીચો

fishing  માછીમારી	clock  ઘડિયાળ
syringe 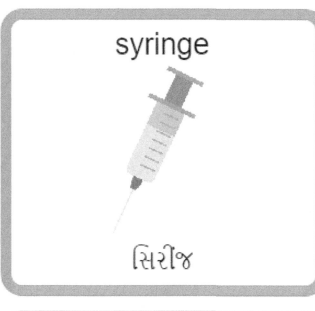 સિરીંજ	music  સંગીત
nibble  નબળી	family  કુટુંબ

calendar 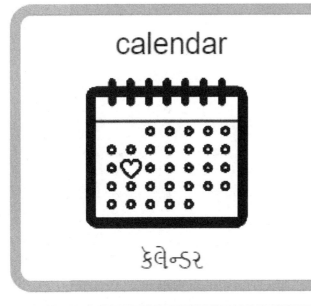 કેલેન્ડર	rocks 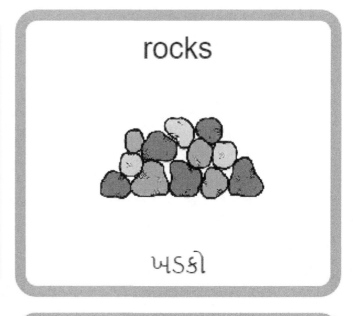 ખડકો
mouth  મોં	drawing  ચિત્ર
chimney  ચિમની	shopping  શોપિંગ

octopus  ઓક્ટોપસ	question  પ્રશ્ન
zipper 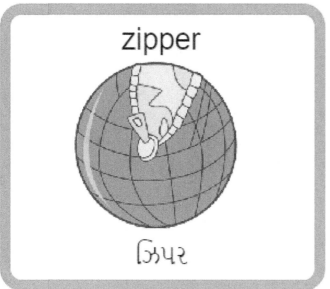 ઝિપર	cow  ગાય
hotel  હોટેલ	rat 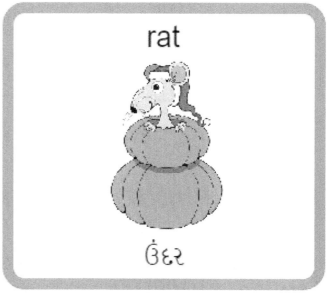 ઉંદર

fox  શિયાળ	**number**  સંખ્યાઓ
island  ટાપુ	**bee**  મધમાખી
snow  બરફ	**duck**  બતક

potato  બટાકા	wash  ધોવું
teach  શીખવો	windmill  વિન્ડમિલ
knight  નાઈટ	under  હેઠળ

bell 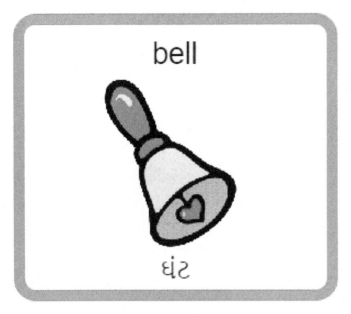 ઘંટ	camera 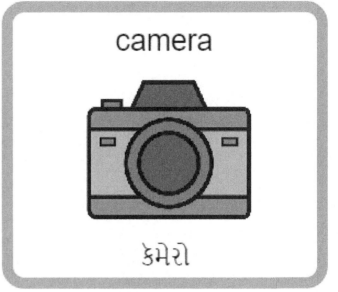 કેમેરો
tongue  જીભ	quiz  ક્વિઝ
carpenter  સુથાર	lipstick 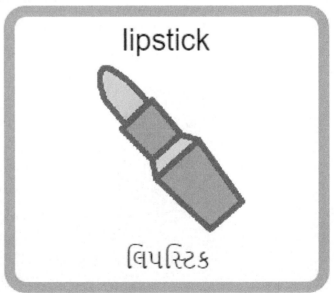 લિપસ્ટિક

powerful  શક્તિશાળી	**lemon**  લીંબુ
policeman  પોલીસમેન	**sit**  બેસવું
rainbow  સપ્તરંગી	**knife** 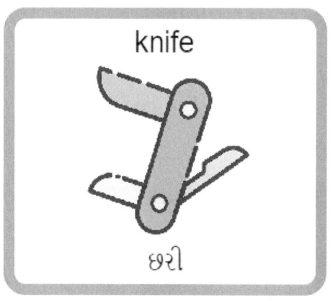 છરી

walrus 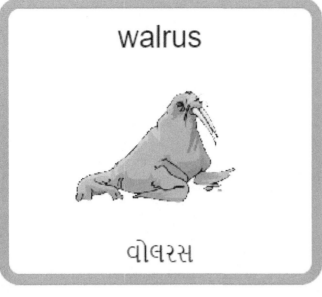 વોલરસ	paint  પેઇન્ટ
toilet  શૌચાલય	utensils 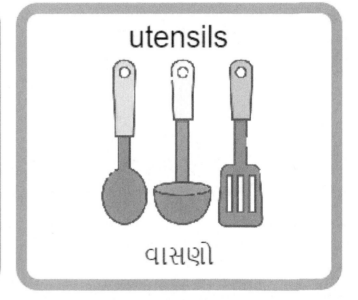 વાસણો
sinking  ડૂબવું	wheat  ઘઉં

acorn	dust

એકોર્નસ	ધૂળ

wreath	wet

માળા	ભીનું

cookie	crayons

કૂકી	ક્રેયોન્સ

celebrate  ઉજવણી	**rose**  ગુલાબ
kangaroo  કાંગારુ	**angel**  દેવદૂત
laugh  હસવું	**musician**  સંગીતકાર

four  ચાર	**earring** 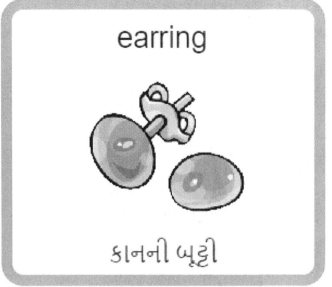 કાનની બૂટ્ટી
kids  બાળકો	**barrel**  બેરલ
massage 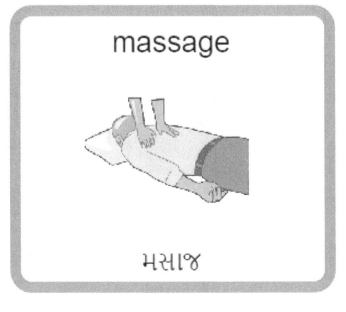 મસાજ	**drink**  પીવું

fireplace  ફાયરપ્લેસ	**groundhog**  ગ્રાઉન્ડહોગ
airplane  વિમાન	**mug**  મગ
wag  વાગ	**van**  વેન

red  લાલ	maid  નોકરડી
iguana  ગરોળી	grapefruit  ગ્રેપફ્રૂટમાંથી
ice  બરફ	parrot  પોપટ

pelican  પેલિકન	rug  રગ
dance  નૃત્ય	signature 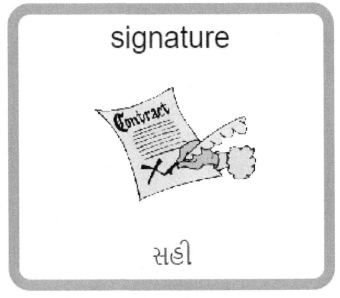 સહી
blood 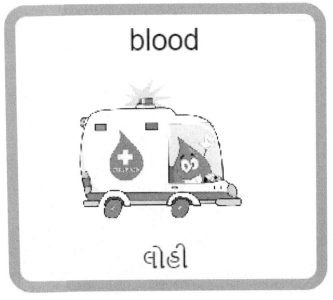 લોહી	dock 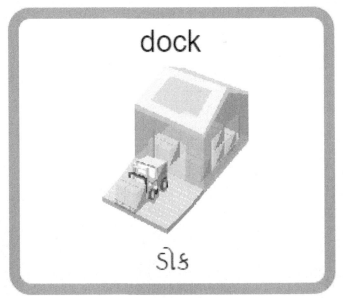 ડોક

game 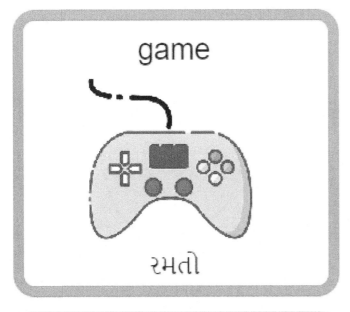 રમતો	dress  કપડાં પહેરે
paper  કાગળ	dog  કૂતરો
igloo  ઇગ્લૂ	comb 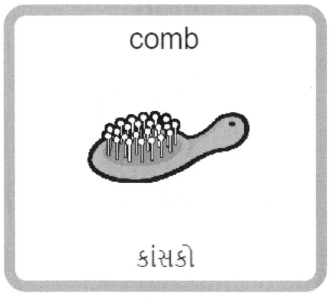 કાંસકો

three  ત્રણ	bib 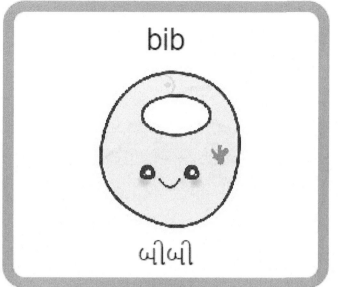 બીબી
truck  ટ્રક	grape  દ્રાક્ષ
cub  બચ્ચા	gifts  ભેટો

ears

કાન

neck
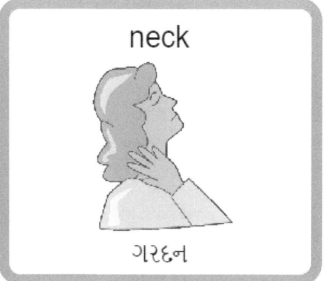
ગરદન

song

ગીત

guitar

ગિટાર

ketchup

કેચઅપ

cooking

રસોઈ

queen  રાણી	**sofa**  સોફા
fence  વાડ	**beach**  બીચ
bridge 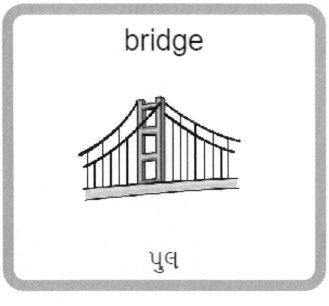 પુલ	**slippers** 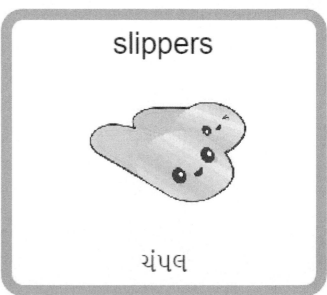 ચંપલ

snake	medicine
	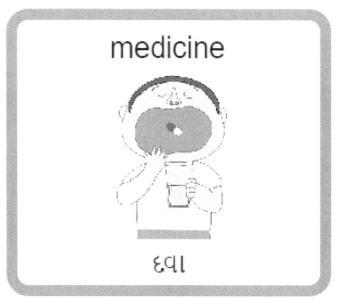
સાપ	દવા

princess	teacup

રાજકુમારી	શિક્ષા

shirt	doll

શર્ટ	ઢીંગલી

puddle  પટલ	eat  ખાવું
turnip  સલગમ	hopping  હોપ
hen  મરઘી	studying  અભ્યાસ

love  પ્રેમ	tooth 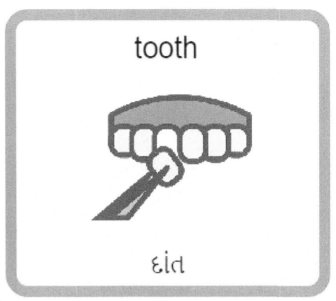 દાંત
hair  વાળ	baby 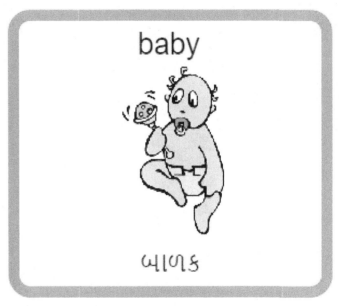 બાળક
hurt  નુકસાન	ruler  શાસક

crab  કરચલો	**morning**  સવાર
tuxedo  ટક્સેડો	**two**  બે
stick  લાકડીઓ	**steak**  સ્ટીક

stove	curtain
	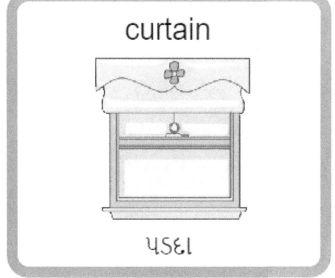
સ્ટોવ	પડદા

salad	jacket
	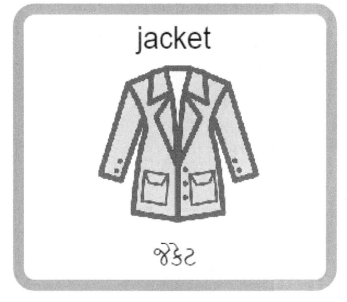
સલાડ	જેકેટ

skirt	blender

સ્કર્ટ	બ્લેન્ડર

wolf  વરુ	**circle** 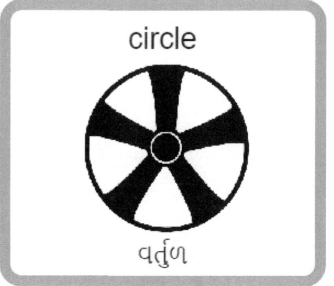 વર્તુળ
turtle  ટર્ટલ	**ghost**  ભૂત
sailboat  સેઇલબોટ	**scissors** 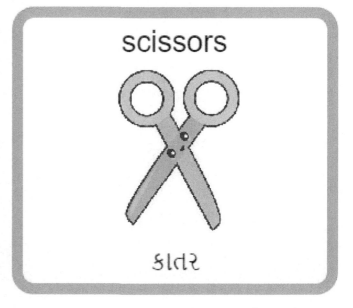 કાતર

bowl  બાઉલ	factory  ફેક્ટરી
mad  પાગલ	clap  તાલી
oval 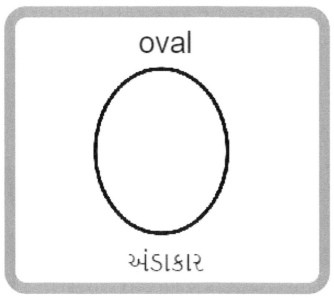 અંડાકાર	wallet 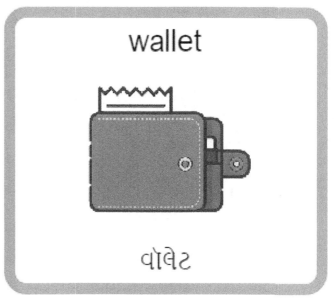 વૉલેટ

chick

બચ્ચાઓ

chair

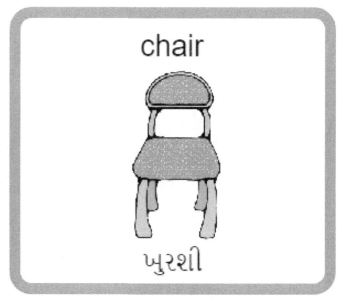

ખુરશી

shelter

આશરો

yogurt

દહીં

owl

ઘુવડ

popsicles

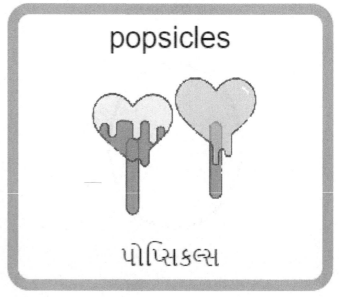

પોપ્સિકલ્સ

clean  સ્વચ્છ	**teacher**  શિક્ષક
leaf 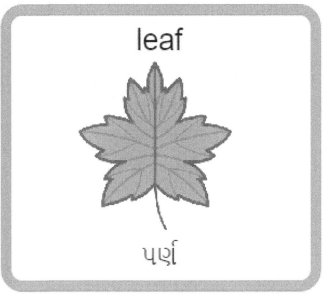 પર્ણ	**reindeer**  રેન્ડીયર
throwing  ફેંકવું	**shark**  શાર્ક

barrow  બેરો	scary  ડરામણી
mop  મોપ્સ	zero 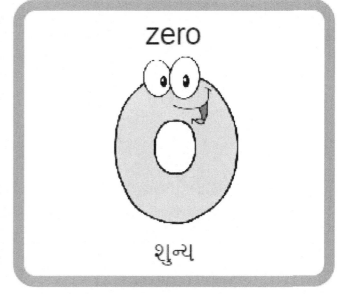 શુન્ય
stockings  સ્ટોકિંગ	tomato  ટમેટા

cab

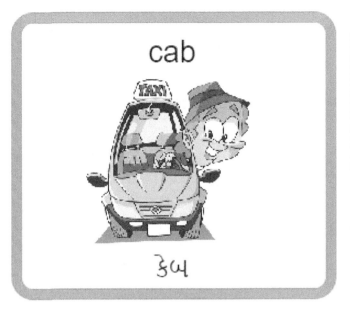

કેબ

window

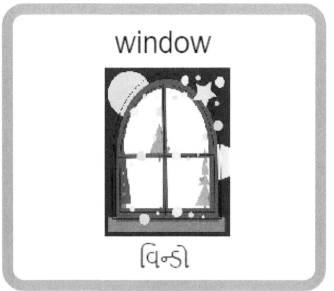

વિન્ડો

monster

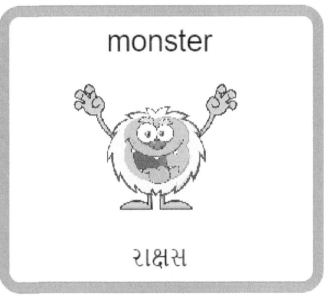

રાક્ષસ

chocolate

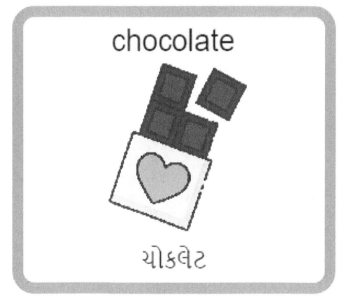

ચોકલેટ

bin

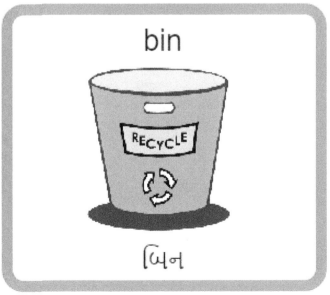

બિન

worm

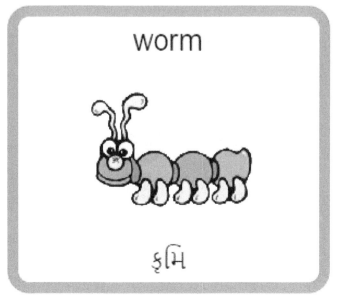

કૃમિ

glass  ચશ્મા	boy  છોકરો
friend  મિત્ર	towel  ટુવાલ
serving  સેવા આપતા	microscope  માઇક્રોસ્કોપ

pan

પાન

bean

બીન

hammer

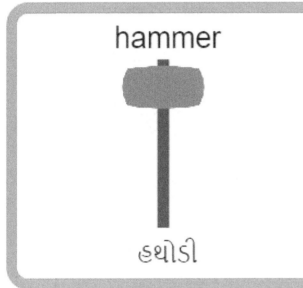

હથોડી

plane

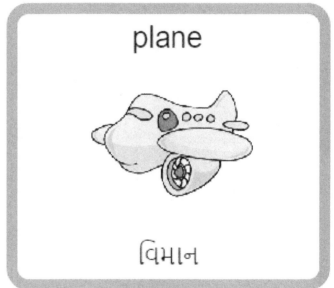

વિમાન

ice cream

આઇસ્ક્રીમ

collar

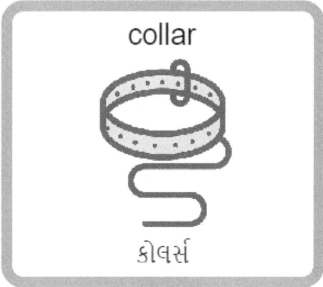

કોલર્સ

parachute 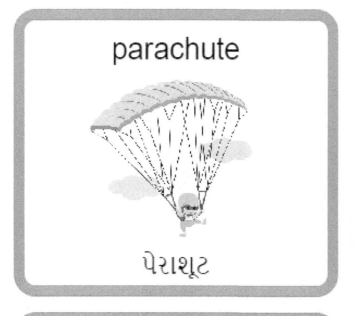 પેરાશૂટ	vaccine 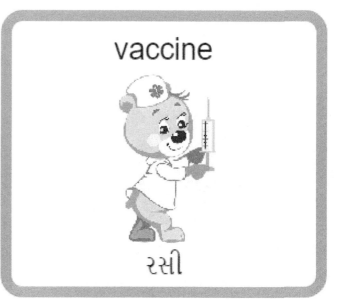 રસી
angry  ગુસ્સો	pomegranate  દાડમ
point  પોઇન્ટ	hippopotamus  હિપ્પોપોટેમસ

money	violin

પૈસા	વાયોલિન

mare	hot

મારે	ગરમ

torch	letter

મશાલ	પત્ર

bomb

બોમ્બ

cucumber

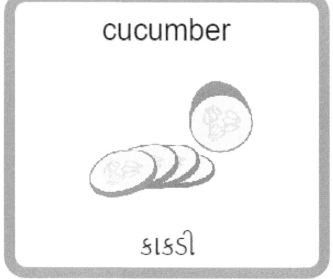

કાકડી

computer

કમ્પ્યુટરો

body

શરીર

pagoda

પેગોડા

sleepy

ઊંઘ

pineapple  અનેનાસ	cute  સુંદર
tame  તમ	hockey  હોકી
package  પેકેજ	hexagon  ષટ્કોણ

cake  કેક	meat 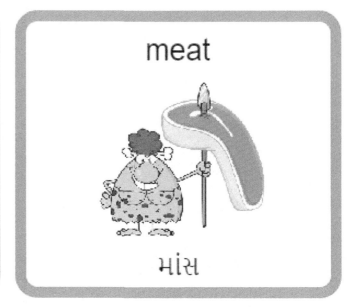 માંસ
stylish  સ્ટાઇલિશ	candle  મીણબત્તીઓ
penguin  પેંગ્વિન	prize  ઇનામો

belt	barber

બેલ્ટ	બાર્બર

carrot	race
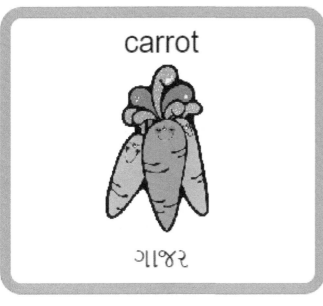	
ગાજર	જાતિ

feeding	ten

ખોરાક	દસ

witch	bread

ડાકણો	બ્રેડ

fish	cherry
	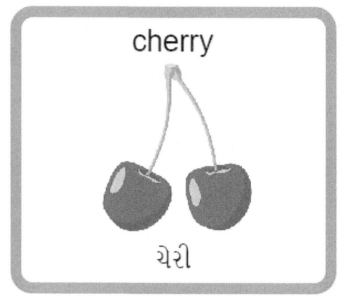
માછલી	ચેરી

manager	scarf

મેનેજર	સ્કાર્ફ

map  નકશા	horse  ઘોડો
him  તેને	cheetah 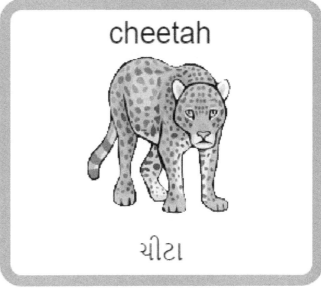 ચીટા
noodles  નૂડલ્સ	cat  બિલાડી

thunder

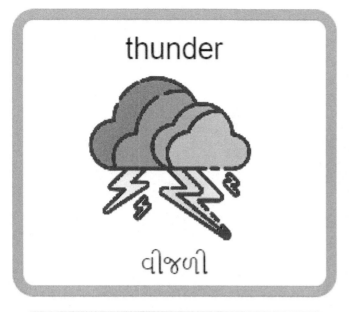

વીજળી

handkerchief

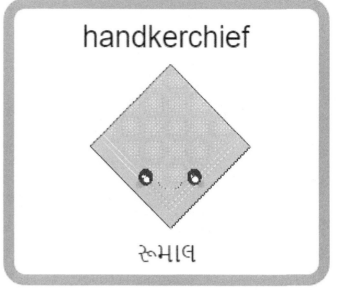

રૂમાલ

delicious

સ્વાદિષ્ટ

umbrella

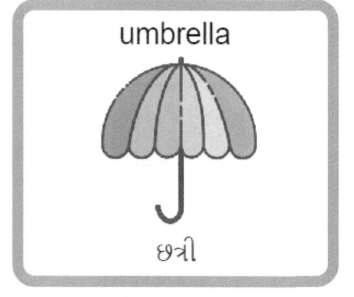

છત્રી

strong

મજબૂત

frog

દેડકા

train 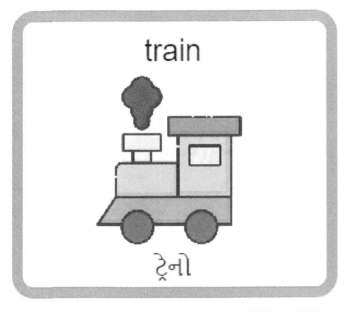 ટ્રેનો	donut  ડોનટ્સ
bag  બેગ	sister  બહેન
tea  ચા	bug  બગ

carpet

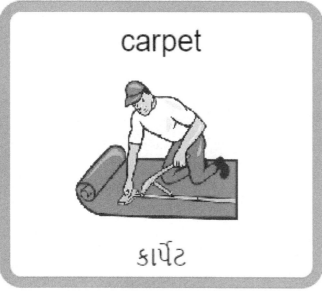

કાર્પેટ

vase

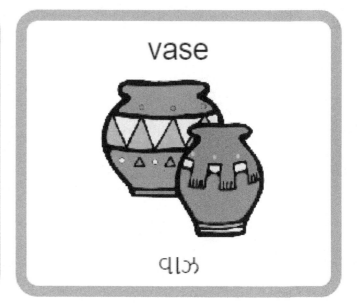

વાઝ

nose

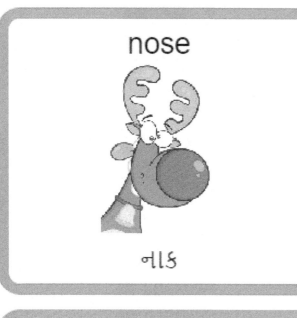

નાક

autumn

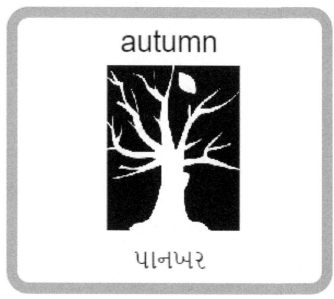

પાનખર

ballon

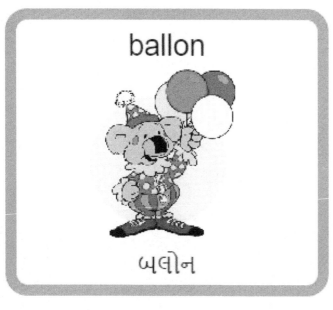

બલોન

chef

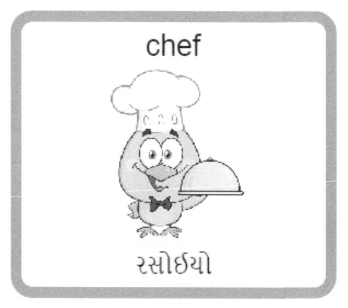

રસોઈયો

earth	lion
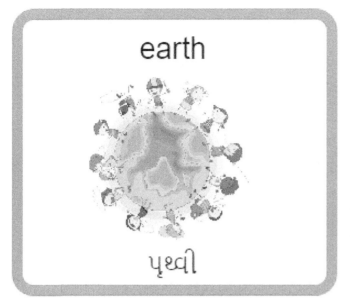	
પૃથ્વી	સિંહ

scooter	door
	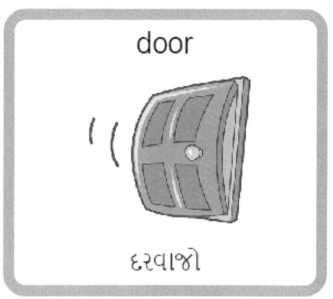
સ્કૂટર	દરવાજો

water	bedroom

પાણી	બેડરૂમમાં

rake  રેક	pulling  ખેંચીને
flag  ધ્વજ	nut  નટ્સ
mountains 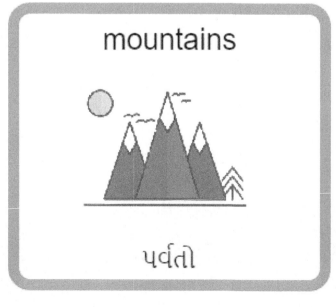 પર્વતો	goodbye  ગુડબાય

camel

ઊંટ

baseball

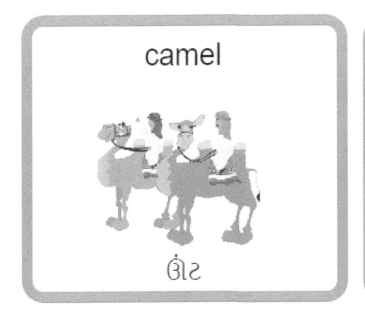

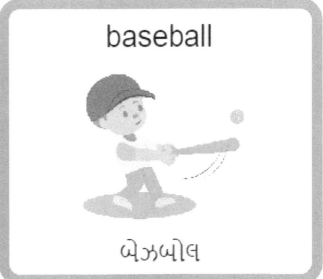

બેઝબોલ

shorts

શોર્ટ્સ

fat

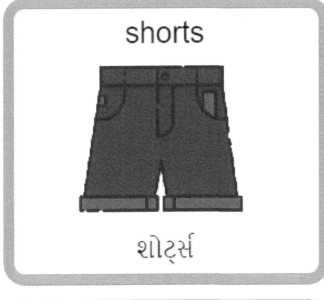

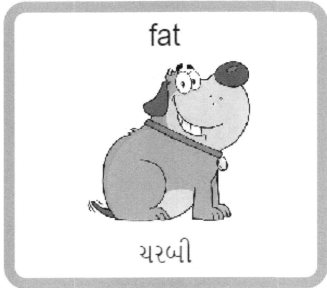

ચરબી

glove

મોજા

goat

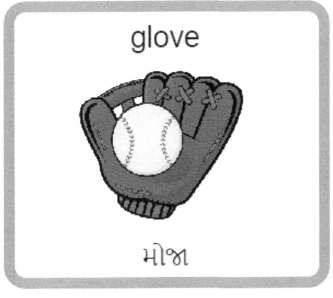

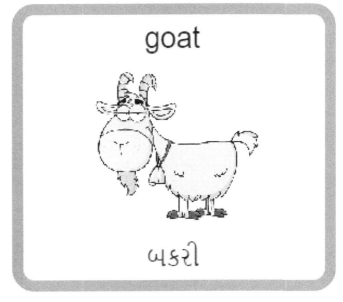

બકરી

hug  ગુંદર	bouquet  કલગી
pirate  ચાંચિયો	drum 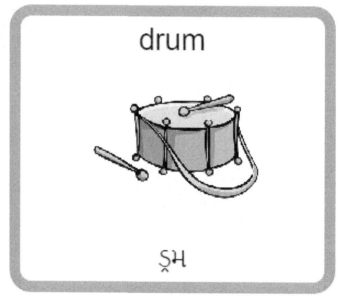 ડ્રમ
swan  સ્વાન	team  ટીમ

butcher

કસાઇ

pillow

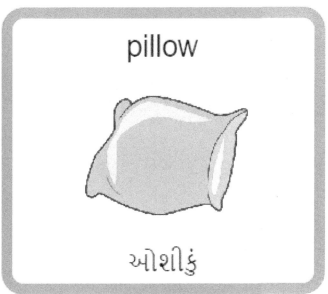

ઓશીકું

bird

પક્ષી

school

શાળા

stand up

ઉભા થાઓ

volcano

જ્વાળામુખી

forbid  મનાઈ	six  છ
soda  સોડા	good  સારું
tiger  વાઘ	rooster  રુસ્ટર

street	snowflake
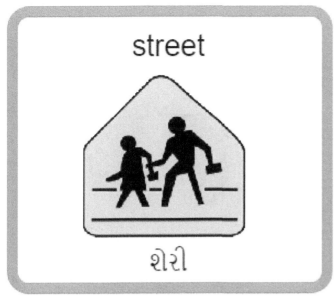	
શેરી	સ્નોવફ્લેક
castle	hospital
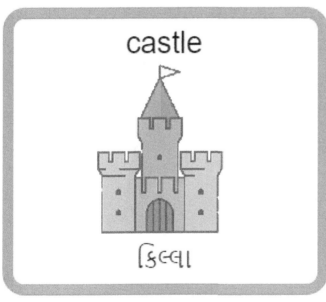	
કિલ્લા	હોસ્પિટલ
boxing	hit

બોક્સીંગ	હિટ

spatula  સ્પાટ્યુલા	boar  ડુક્કર
win  જીતી	palm  પામ
tray  ટ્રે	strawberry  સ્ટ્રોબેરી

sleeping  ઊંઘ	animals  પ્રાણીઓ
wind  પવન	quiet 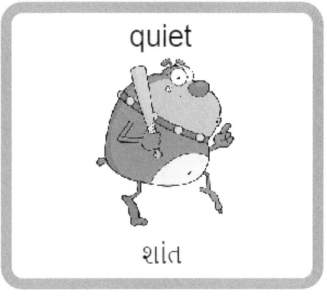 શાંત
coffee  કોફી	party  પક્ષ

chalkboard  ચાકબોર્ડ	**open** 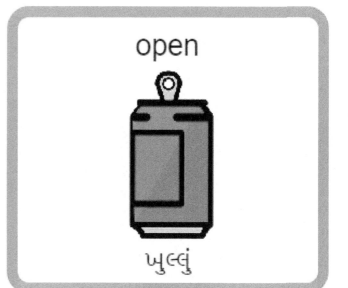 ખુલ્લું
boat  હોડી	**gasoline**  ગેસોલિન
hip  હિપ	**sweater**  સ્વેટર

ostrich	message

શાહમૃગ	સંદેશ

pencil	brain

પેન્સિલ	મગજ

doctor	panda

ડોક્ટર	પાન્ડા

mat  સાદડીઓ	lantern 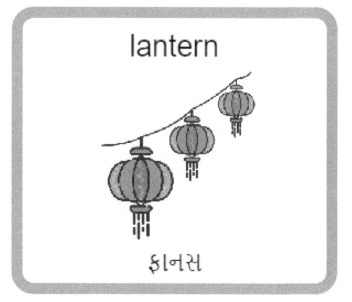 ફાનસ
leg  પગ	run  ચલાવો
dad  પિતા	girl  છોકરી

christmas	photographer

ક્રિસમસ	ફોટોગ્રાફર

jug	avocado
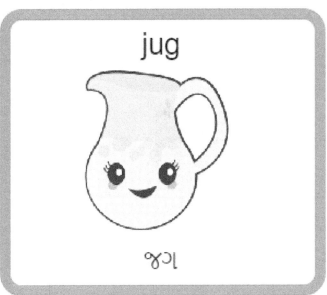	
જગ	એવોકાડો

tail	elephant

પૂંછડી	હાથી

insect  જંતુ	**lamp**  દીવા
tire  ટાયર	**turban**  પાઘડી
necklace 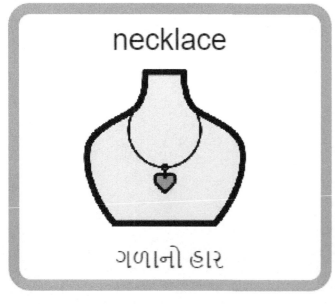 ગળાનો હાર	**pig**  ડુક્કર

oyster 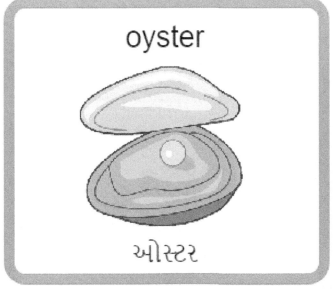 ઓસ્ટર	brother  ભાઈ
cage 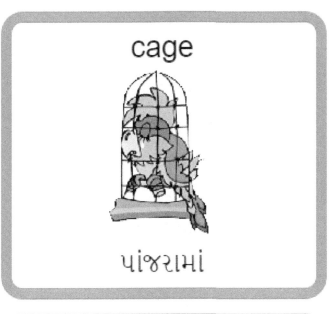 પાંજરામાં	medication 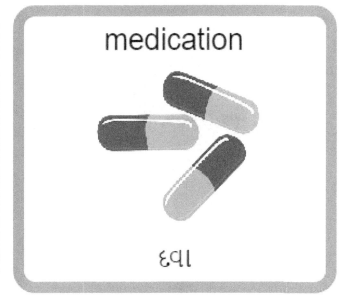 દવા
banana  બનાના	coat 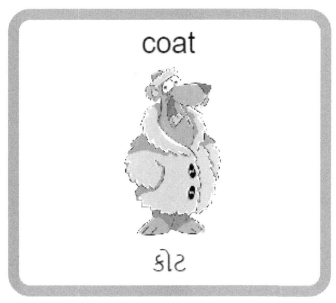 કોટ

gorilla  ગોરિલા	rabbit  સસલું
bucket  ડોલ	bear  રીછ
deer  હરણ	orange  નારંગી

pajamas  પજામા	loud  મોટેથી
sad  ઉદાસી	working  કામ
quail  ક્વેઇલ	dressing  ડ્રેસિંગ

mermaid

મરમેઇડ

sketch

સ્કેચ

chili

મરચું

milk

દૂધ

toddler

ટોડલર્સ

spider

સ્પાઈડર

pen  પેન	summer  ઉનાળો
quilt 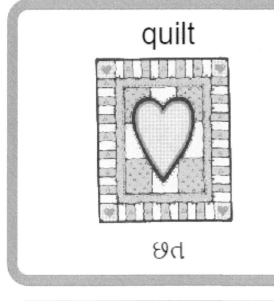 છત	soup  સૂપ
rob  લૂંટ	walk  ચાલો

happy  ખુશ	cutter 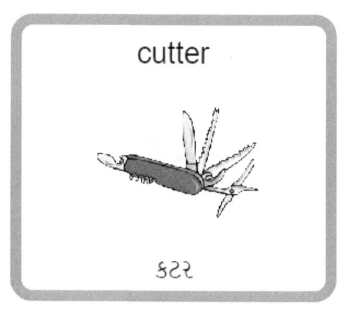 કટર
engine 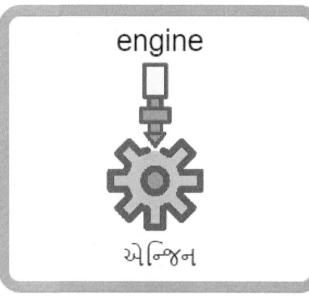 એન્જિન	rocket 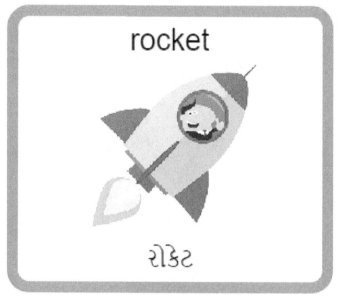 રોકેટ
ironing  ઇસ્ત્રી	sheep  ઘેટાં

bad  ખરાબ	anchor  એન્કર
children  બાળકો	proud  ગર્વ
wedding  લગ્ન	tombstone  કબરના પત્થર

pizza	bone

પિઝા	અસ્થિ

tangerine	alphabet

ટેન્જેરીન	મૂળાક્ષરો

smelling	ham

સુગંધ	હમ

apple	showering
 સફરજન	 સ્નાન
hide	**driving**
 છુપાવો	 ડ્રાઇવિંગ
pearls	**jeep**
 મોતી	 જીપ્સ

lid  ઢાંકણ	**plants** 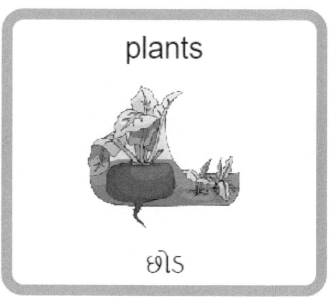 છોડ
socks 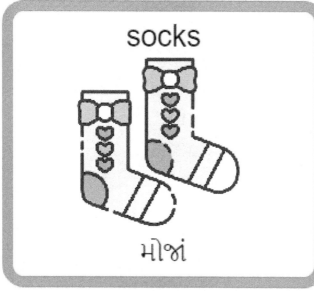 મોજાં	**honey** 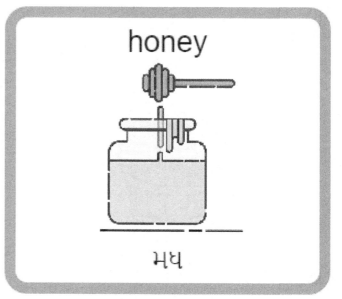 મધ
mother  માતા	**five**  પાંચ

enjoy	kiwi
	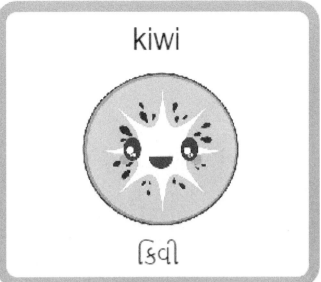
આનંદ	કિવી
hat	head

ટોપી	માથા
broccoli	farmer

બ્રોકોલી	ખેડૂત

magician  જાદુગર	father  પિતા
hedgehog  હેજહોગ	turkey  ટર્કી
dumbbells  ડંબબેલ	play  રમવા

shoes  જૂતા	bookshelf  બુકશેલ્ફ
beard  દાઢી	coconut  નારિયેળ
mole  છછુંદર	vest  વેસ્ટ

clam

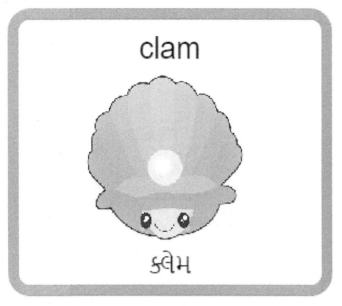

ક્લેમ

joyful

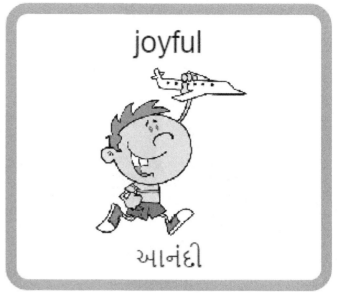

આનંદી

eagle

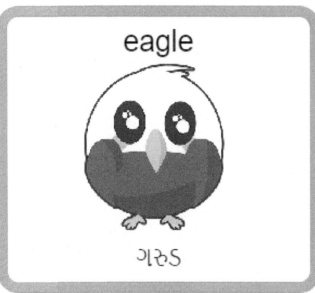

ગરુડ

corn

મકાઇ

help

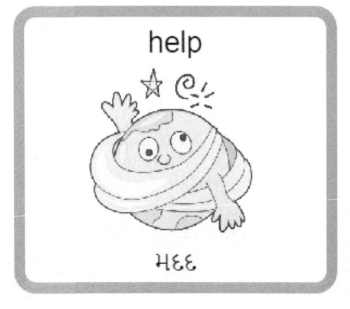

મદદ

ring

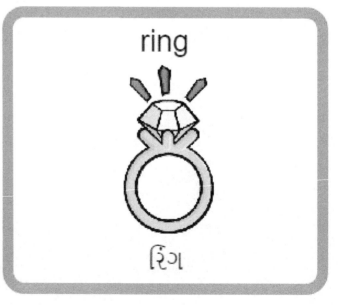

રિંગ

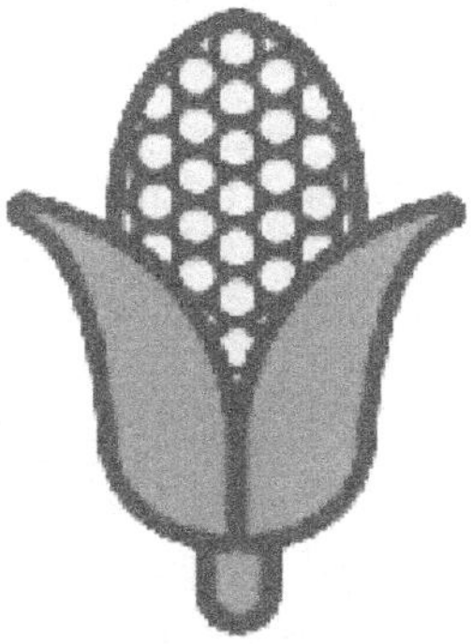

skunk  સ્કંક	book  પુસ્તક
backpack  બેકપેક	nest  માળો
teeth 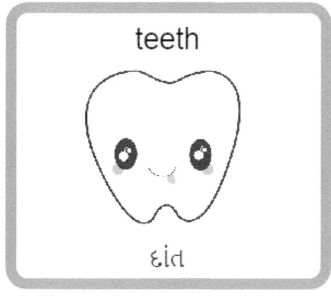 દાંત	pacifier  રબર સ્તનની ડીંટડી

seeds  બીજ	**stinky** 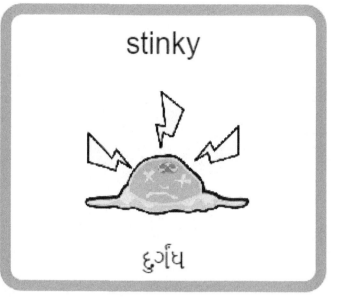 દુર્ગંધ
muscle  સ્નાયુ	**bus**  બસ
day  દિવસ	**singing**  ગાયક

star  તારો	teapot 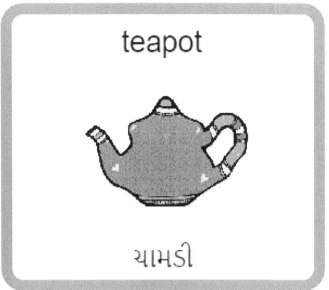 ચામડી
cafe  કાફે	waiter  બજાવવી
car  કાર	seven  સાત

vegetable	cheese

શાકભાજી	ચીઝ

aggressive	impress

આક્રમક	પ્રભાવિત

arrow	cop
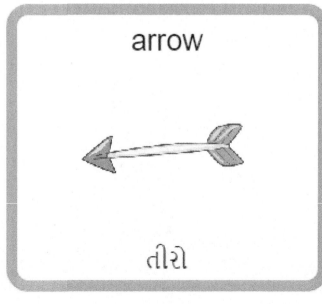	
તીરો	કોપ

sound

અવાજ

broom

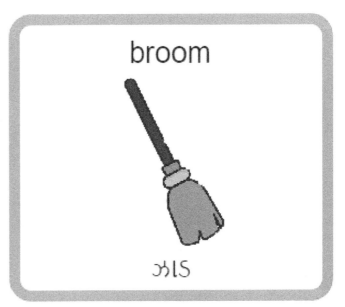

ઝાડ

math

ગણિત

compass

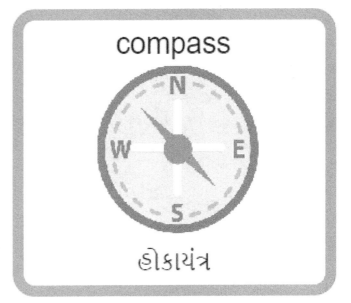

હોકાયંત્ર

sausage

સોસેજ

pair

જોડીઓ

one  એક	**trash**  કચરો
chicken  ચિકન	**onion** 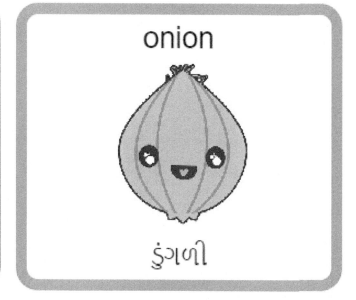 ડુંગળી
thumb  અંગૂઠો	**zebra**  ઝેબ્રા

dirt  ગંદકી	squirrel  ખિસકોલી
diamond 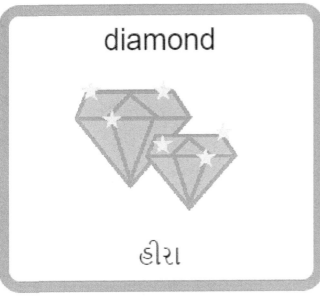 હીરા	up  અપ
night  રાત્રે	tent 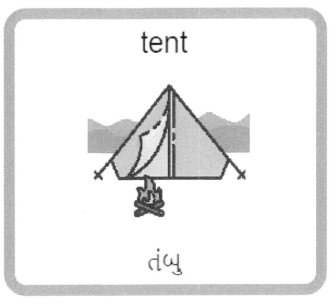 તંબુ

lightbulb  બલ્બ	**kneeling**  ઘૂંટણિયું
whiskey  વ્હિસ્કી	**dinner**  રાત્રિભોજન
microphone  માઇક્રોફોન	**wagon**  વેગન

golf  ગોલ્ફ	**podium**  પોડિયમ
hill  હિલ	**peanut**  પીનટ
king  રાજા	**plum**  પ્લમ

science  વિજ્ઞાન	tugging  ખેંચો
eggplant  એગપ્લાન્ટ	wake up  ઉઠો
bicycle  સાયકલ	monkey  વાનર

dig  ખોદવું	snail  ગોકળગાય
bed  પથારી	smile  સ્માઇલ
nap  ઊંઘ	leader  નેતાઓ

looking

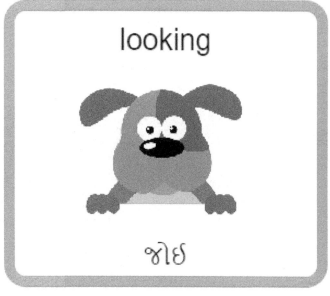

જોઇ

mice

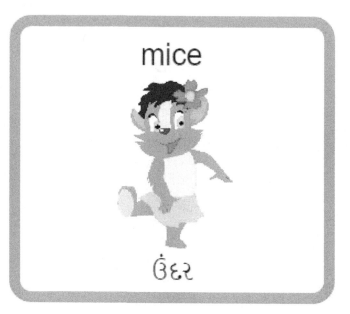

ઉંદર

shy

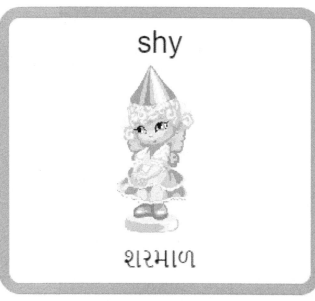

શરમાળ

vulture

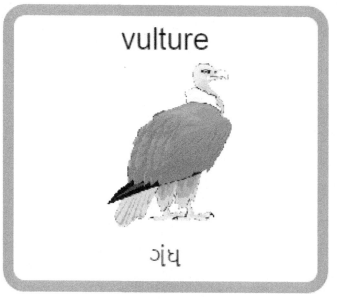

ગંધ

fall

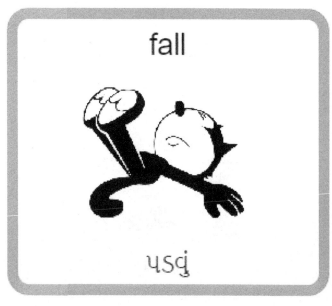

પડવું

finger

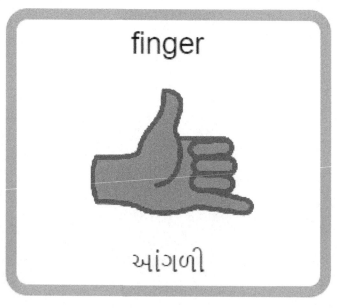

આંગળી

grass  ઘાસ	respect  આદર
mushroom  મશરૂમ	wood  લાકડું
cactus 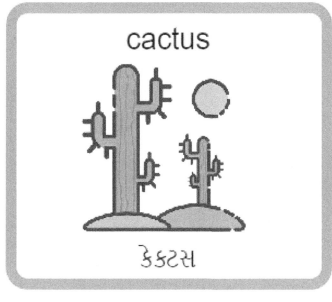 કેકટસ	boots 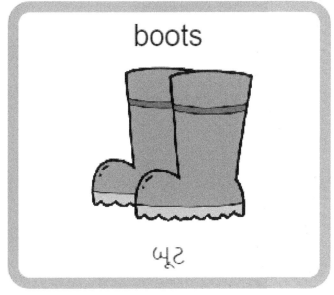 બૂટ